വിശദമായ
ചോദ്യംചെയ്യൽ

vishadamaya chodyam cheyyal
poems

•

sadir thalappuzha

•

first edition
april 2018

•

typesetting & published
chintha publishers, thiruvananthapuram

•

cover
franks sebz

വിതരണം

ദേശാഭിമാനി ബുക്ക് ഹൗസ്

H O തിരുവനന്തപുരം-695 035
phone: 0471-2303026, 6063026
www.chinthapublishers.com
chinthapublishers@gmail.com

ബ്രാഞ്ചുകൾ

ഹെഡ്ഡാഫീസ് ബ്രാഞ്ച് കുന്നുകുഴി • സ്റ്റാച്ച്യു തിരുവനന്തപുരം • കെ എസ് ആർ ടി സി ബസ് സ്റ്റേഷൻ ആലപ്പുഴ • കെ എസ് ആർ ടി സി ബസ് സ്റ്റേഷൻ എറണാകുളം • മച്ചിങ്ങൽ ലെയ്ൻ തൃശൂർ • ഐ ജി റോഡ് കോഴിക്കോട് • മാവൂർ റോഡ് കോഴിക്കോട് • എൻ ജി ഒ യൂണിയൻ ബിൽഡിങ് കണ്ണൂർ • സെൻട്രൽ ബസ് ടെർമിനൽ കോംപ്ലക്സ് താവക്കര കണ്ണൂർ

CO - 2858 / 4636
ISBN - 978-93-87842-26-7

വിശദമായ ചോദ്യംചെയ്യൽ

(കവിതകൾ)

സാദിർ തലപ്പുഴ

ചിന്ത പബ്ലിഷേഴ്സ്
തിരുവനന്തപുരം-695 035

സാദിർ തലപ്പുഴ

മാനന്തവാടി തലപ്പുഴ എം കുഞ്ഞിമുഹമ്മദ്, ആസ്യ എന്നിവരുടെ മൂത്തപുത്രനായി 1972 ൽ ജനനം. വയനാട് ജില്ലയിൽ വെള്ളമുണ്ട പൊലീസ് സ്റ്റേഷനിൽ സീനിയർ സിവിൽ പൊലീസ് ഓഫീസറായി ജോലിചെയ്യുന്നു. *പെൺപാത്രം* എന്ന ആദ്യ കവിതാസമാഹാരം 2011 ൽ പ്രസിദ്ധീകരിച്ചു.

പുരസ്കാരങ്ങൾ : സുരേന്ദ്രൻ സ്മാരക കവിതാ പുരസ്കാരം, സെക്രട്ടറിയേറ്റ് സർവ്വീസ് സിൽവർ ജൂബിലി പുരസ്കാരം, ദലാ-കൊച്ചുബാവ കവിതാപുരസ്കാരം, ശ്രീലത ടീച്ചർ കവിതാ പുരസ്കാരം, അങ്കണം ജില്ലാതല കവിതാ പുരസ്കാരം, ഐ വി ദാസ് പുരസ്കാരം, *പച്ചമഷി* മാഗസിന്റെ ആദരം.

ഭാര്യ : ജാസ്മിൻ

മക്കൾ : യാഷ്നാ ബീഗം,
ഷിനോസ്, സിയാനാ യാസ്മിൻ

വിലാസം : ഗസൽ, പാണ്ടിക്കടവ്
എള്ളുമന്ദം പി ഒ
വയനാട്, മാനന്തവാടി – 670645,

ഫോൺ : 9496341883

ഉള്ളടക്കം

പ്രസാധകക്കുറിപ്പ്

പുതുകവിതയിലെ ശ്രദ്ധേയ സാന്നിദ്ധ്യമാണ് സാദിർ തലപ്പുഴ. പൊലീസുകാരനായ കവിയാണ് സാദിർ. 'കാക്കി ഒരു വസ്ത്രമല്ല, ജീവിതത്തെ അറിയുന്ന പുറന്തോൽ ആണെന്ന്' ഉള്ളിലിരുന്ന് കവിത നിശ്ശബ്ദം പറയുന്നുണ്ടായിരുന്നു. ഈ തിരിച്ചറിവാണ് ഈ സമാഹാരത്തിന്റെ കാതൽ. ചിട്ടപ്പെടുത്തിയ ഔദ്യോഗിക ജീവിതത്തിൽനിന്നും കവിതയുടെ അത്രയൊന്നും ചിട്ടയില്ലാത്ത സർഗ്ഗാത്മക സഞ്ചാരത്തിലേക്ക് തുനിഞ്ഞിറങ്ങുന്ന ഒരു കവിയെ ഈ സമാഹാരത്തിൽ കണ്ടെത്താനാവും. ലാത്തി എന്ന മുളങ്കമ്പിൽ ആറ് തുളയിട്ടാൽ അത് പുല്ലാങ്കുഴലാകുമെന്ന തിരിച്ചറിവാണ് സാദിർ എന്ന കവിയെ അടയാളപ്പെടുത്തുന്നത്. തന്റെ കവിതയിലൂടെ, നിലനില്ക്കുന്ന സാമൂഹ്യാനുഭവങ്ങളാണ് വിശദമായ ചോദ്യം ചെയ്യലിന് വിധേയമാക്കുന്നത്. ഈ കവിതകളിലേക്ക് വായനക്കാരെ ക്ഷണിക്കുന്നു.

ചിന്ത പബ്ലിഷേഴ്സ്

കവിതയിൽ ഞാൻ

കണ്ണീരുകൊണ്ടുള്ള ശില്പങ്ങൾ, ഉണങ്ങാ മുറിവിലെ നദികൾ, ഒറ്റമകൾ പെരുങ്കള്ളനൊപ്പം പാർപ്പു തുടങ്ങിയതിൽ പിന്നെ ഉറക്കത്തെ തെറുത്ത് വെച്ച് കരഞ്ഞു തീർന്നുപോയ അമ്മ, ഭൂമിയുടെ ഉപരിതല ത്തിൽ അർമാദിച്ചവന്റെ മോർച്ചറി മേശയിലെ വെട്ടിപ്പൊളിഞ്ഞ കിടപ്പ്, ഉമ്മയെ, ഭാര്യയെ, പറക്കാൻ തുടങ്ങിയിട്ടില്ലാത്ത കുഞ്ഞുങ്ങളെ ഒക്കെയും അനാഥരാക്കി മരിച്ചുപോയ പരാജിതനായ കള്ളൻ, അവകാശപ്പോരാട്ട ങ്ങൾക്ക് മുമ്പിലെ നിസ്സഹായമായ നില്പ്. കാക്കി ഒരു വസ്ത്രമല്ല ജീവി തത്തെ അറിയുന്ന പുറന്തോൽ ആണെന്ന് ഉള്ളിലിരുന്ന് കവിത നിശ്ശബ്ദം പറയുന്നുണ്ടായിരുന്നു. ലോക്കപ്പ് ഇനിയും സ്വതന്ത്രമാവാത്ത ഒരു കോളനി രാജ്യമെന്നും ലാത്തി എന്ന മുളങ്കമ്പ് ആറ് തുളയിട്ടാൽ പുല്ലാ ങ്കുഴലെന്നും എല്ലാ സങ്കടങ്ങളും കേട്ട് പൊട്ടിക്കരയാൻ കഴിയാത്ത അഭി മാനിയാണ് പൊലീസ് സ്റ്റേഷനെന്നും തോന്നിയത് അങ്ങനെയാണ്. ചിട്ട കൾക്കൊപ്പിച്ച് വരഞ്ഞുണ്ടാക്കിയ ഫ്രെയിമുകളിൽനിന്ന് കവിത എന്നെ വാരിവലിച്ച് പുറത്തിട്ടുകൊണ്ടിരിക്കുന്നു.

എന്റെ രണ്ടാമത് കവിതാസമാഹാരമാണിത്. 2011 ൽ പുറത്തിറങ്ങിയ *പെൺപാത്രം* എന്ന ആദ്യ സമാഹാരത്തിന് ശേഷം ഈ കാലയളവ് മനഃപൂർവ്വമാണ്. ഒരു രഹസ്യം പറയാതെ ഈ കവിതകളിലേക്ക് വായ നക്കാരെ ക്ഷണിക്കാൻ എനിക്കാവില്ല. ഞാൻ കവിതയോടൊപ്പം നടക്കു മ്പോഴൊക്കെയും എനിക്ക് അഭിമുഖമായി സാദിർ തലപ്പുഴ എന്ന പൊലീ സുകാരൻ വരുന്നുണ്ടാവും. ചിലപ്പോഴൊക്കെ കൂടെക്കൂട്ടിയോ മറ്റു ചില പ്പോൾ കാണാത്ത ഭാവത്തിൽ മുന്നോട്ട് നടന്നോ ഞാൻ കവിത യിൽത്തന്നെ നില്ക്കുവാൻ ശ്രമിച്ചിട്ടുണ്ട്. എന്റെ കവിതകളിലെ പരിമി

തികളെ ഈ ചിന്തയെ ചേർത്തുവച്ചുകൊണ്ട് മറികടക്കണമെന്ന് അഭ്യർത്ഥിക്കുന്നു. സൗഹൃദങ്ങളായും ആത്മബന്ധങ്ങളായും വന്നു ചേർന്ന ഓരോ ഉന്മാദങ്ങളെയും, പുസ്തകം ഇരുകൈകളും നീട്ടി സ്വീക രിച്ച ചിന്ത പബ്ലിഷേഴ്സിനെയും നന്ദിയോടെ സ്മരിക്കുന്നു.

സ്നേഹത്തോടെ
സാദിർ തലപ്പുഴ

സമർപ്പണം

തേയില കുന്നുകൾക്ക്
താഴെ
മുളങ്കൂട്ടത്തിലേക്ക്
ഉപ്പയോടൊപ്പമാണ്
ലാത്തി വെട്ടാൻ പോയത്.
ഒരങ്കോല് പോലെ
നീളത്തിൽ
മുറിച്ചെടുത്തു ഉപ്പ
ഒരു മുളങ്കമ്പ്.

ഞാൻ പറഞ്ഞു
നീളം മുപ്പത്തിരണ്ടിഞ്ച്.
വീട്ടിലെത്തി
പാകത്തിന് മുറിച്ച്,
പൊതിഞ്ഞു കെട്ടി
ഉപ്പ ലാത്തിയെനിക്ക് തന്നു.
ഉപ്പയുടെ കണ്ണിൽ
എൺപത്തിരണ്ടിലെ
എസ്റ്റേറ്റ് ലോക്കൗട്ട്
തൊഴിലാളി സമരം, വഴിതടയൽ,
പ്രഭാകരൻ പൊലീസ്...

ക്യാമ്പിലേക്ക് തിരിച്ചുപോകുമ്പോൾ

12 വിശദമായ ചോദ്യം ചെയ്യൽ

സാദിർ തലപ്പുഴ

നെഞ്ചിലെ ലോക്കപ്പിൽ
കമ്പിയിൽ മുഖം ചേർത്ത്
ഉപ്പ നില്ക്കുന്നു.
ഞാൻ ലാത്തി
പൊതിയഴിച്ചു നോക്കുന്നു
മുളങ്കമ്പിലെ ആറ് തുളകൾ കണ്ട്
വിസ്മയിക്കുന്നു.
ഉപ്പയാണ് വലിയ കവിതയെന്ന്
തിരിച്ചറിയുന്നു.

കണക്ക്

ദിവസക്കൂലിക്ക്
അദ്ധ്യാപകരില്ലാത്ത
കാലത്ത്
കണക്ക് മാഷ്
അഞ്ചു വർഷത്തെ
അവധിയിൽ
ദുബായിലേക്ക് പോയി.

നാലാം ക്ലാസിന്റെ
കണക്ക് തെറ്റിച്ച്
കണക്ക് മാഷില്ലാത്ത
കണക്കു ക്ലാസിൽ
ഞാനും യമുനയും
പ്രകാശനുമെല്ലാം
നമ്പറുവെട്ടിക്കളിച്ചു
കളിയിൽ തോറ്റ
എന്റെ കടലാസു പെൻസിൽ
യമുന കൊണ്ടുപോയി.

ഉച്ചയ്ക്ക് മുമ്പു വരുന്ന
കണക്ക് പിരീഡിൽ
നുറുക്ക് ഗോതമ്പും
റീഫൈൻഡ് ഓയിലും

14 വിശദമായ ചോദ്യം ചെയ്യൽ

സാദിർ തലപ്പുഴ

കൂട്ടിയാൽ
ഉപ്പുമാവെന്ന
ഉത്തരം കിട്ടി.

വരിവരിയായ് വന്ന
പുലിക്കുത്തൻ
അലുമിനിയ പ്ലേറ്റിൽ
ഉത്തരങ്ങൾ വിളമ്പി.

പിറ്റേക്കൊല്ലം മുതൽ
ഹരണക്രിയയുടെ
ജനൽച്ചട്ടയിൽ
ഹാരകം നിന്നു ചിരിച്ചു
എന്നിട്ടും
തെറ്റിയ കണക്കുമായി
ക്ലാസു കയറിപ്പോയി.

പത്താം ക്ലാസിൽ
യമുനയുടെ മുറ തെറ്റിയപ്പോൾ
കണക്ക് തെറ്റിപ്പോയതിന്
നാലാം ക്ലാസിലെ
കണക്കു മാഷിനെയാണ്
പ്രകാശൻ കുറ്റം പറഞ്ഞത്.

ഗുജ്റി

പട്ടണം നിക്കുന്ന
വല്യകുന്നിന്റെ താഴെ ഗുജ്റി.
പട്ടണം തൊടാതെ
കുന്നിന്റെ താഴെ കുടിൽ.
വൈകുന്നേരം
പഴയ സാധനങ്ങളും
അണ്ണാച്ചി പെണ്ണുങ്ങളും
ഗുജ്റീൽ വന്ന് നെറയും.
ഞാനും പെങ്ങളും
കൊള്ളിന്റെ താഴെ പട്ടണത്തെ
ഗുജ്റിയായ് കണ്ടങ്ങനെ നിക്കും.
അച്ഛൻ
കൊണ്ടുപോയ സഞ്ചിനിറയെ
കള്ളു വാടയുമായ് വീട്ടിലേക്ക് വന്നു.
മഴ നനഞ്ഞ്, നനഞ്ഞ്
ഗുജ്റി
കൊള്ളിന് മുകളിലൂടെ
മുറ്റത്തേക്ക് വാള് വെച്ചു
ഛർദ്ദിയിൽ ചിക്കിച്ചിനക്കി
തകരത്തുണ്ടുമായ്
അമ്മ കൊള്ള് കയറിപ്പോയി.
മൊയ്തൂക്കാ
തകരപ്പാട്ടകൾ വാങ്ങി
അമ്മയെ

16 വിശദമായ ചോദ്യം ചെയ്യൽ

സാദിർ തലപ്പുഴ

ആർത്തിത്തുലാസിൽ തൂക്കി.
അരിയുമായ് അമ്മ വന്നപ്പോൾ
കുടിൽ ചോർന്നാലും
ഇനീം മഴ പെയ്യണേ
എന്ന് മുത്തപ്പനോട് കേണു.

സറണ്ടർ

തലയറുത്ത് വച്ചാ
വരുന്നത്
എന്നാ പറഞ്ഞത്.
വരുമ്പോൾ
മഴ പെയ്യുന്നുണ്ടായിരുന്നു.
കുപ്പായം നിറയെ
ചോര കലങ്ങി ഒലിച്ചിരുന്നു.
വന്നു കയറി
എസ് ഐയെ ചോദിച്ചു
ജയിച്ചവനെന്നോ
തോറ്റവനെന്നോ
തിരിച്ചറിയും മുമ്പ്
ആയുധം വെച്ച് മുട്ടുകുത്തി.
കൂടുതലൊന്നും പറഞ്ഞില്ല.
പറഞ്ഞതിത്ര മാത്രം.
ഗതി മാറിയ
പുഴയെ ഒറ്റക്കൊത്തിനു
തീർത്തു.

ചരിത്രം

കണ്ണിൽ
ചെറുത്തു നില്പിന്റെ
കുളമ്പടി നാദമുണ്ട്
സൂക്ഷിച്ചു നോക്കിയാൽ
ചാവേറുകളുടെ
തീച്ചിതറൽ കാണാം.
ഒടിഞ്ഞ മുതുകിനും
പൊട്ടിയടർന്ന ഇറച്ചിക്കും
പറയാനാവാത്തത്
കണ്ണു പറയും.
ചരിത്രമെഴുതുമ്പോൾ
കാലത്തിന്റെ
കണ്ണിലേക്ക് നോക്കണം.
തുടുത്ത കവിളിലും
ശരീര വടിവിലും
നോക്കിയെഴുതിയത് കൊണ്ടാ
തിരിച്ചറിയൽ കാർഡുകൾ
കിട്ടാതെ പോകുന്നത്.

നാവികൻ

നിന്റെ ശരീരം
ഭൂപടമെങ്കിൽ
കണ്ണുകളാണ് കടൽ.
ഒരു കരയിലും
എനിക്ക്
രാപാർക്കണ്ട?
നിന്റെ കടലിലെ
നിത്യ സഞ്ചാരി
ആയാൽ മതി.

നഗ്നം

ആരും
നോട്ടംകൊണ്ട്
പരസ്പരം പ്രവേശിച്ചില്ല.
തിടുക്കപ്പെട്ട് നടന്നു
കണ്ണ് മുന്നോട്ട് നട്ട്.
നടത്തം
വടിവൊത്തതെല്ലാം കുലുക്കി.
മുന്നും പിന്നും ഇളകി.
പെണ്ണുങ്ങളാണ്
വല്ലാതെ കുലുങ്ങിയത്.
കുട്ടികൾ
വലിയ കുലുക്കങ്ങളില്ലാതെ
നടന്നു പോയി.
ബസിൽ
പെണ്ണുങ്ങളുടെ അടുത്ത്
ആണുങ്ങളാരും
ഉരുമ്മുന്നില്ല.
കണ്ടക്ടർ ബാഗ് തൂക്കി നിന്നു.
ഞാൻ ചോദിച്ചു
എന്തുപറ്റി?
ഇതെന്താ ആരും
വസ്ത്രം ധരിക്കാത്തത്?
വസ്ത്രമോ അതെന്താണ്?
ഞാൻ എന്നെ നോക്കി.
ഞാനിപ്പോൾ എന്താ പറഞ്ഞത്?

നാടൻപൂക്കളും ദേശാടനപ്പക്ഷികളും

രാത്രിയിൽ
നിരത്തുകളെല്ലാം
നീലം മുക്കി
ആകാശത്തിനു ചുവട്ടിൽ
ഉണക്കാനിടും.
പൊലീസുവണ്ടി.
അപ്പോൾ ഗാന്ധി പാർക്കിലെ
നാലും കൂടിയ നിരത്തിൽ,
പൂത്തുനിന്ന കനകാംബരങ്ങളും
മുല്ലപ്പൂക്കളും
നീലം മുങ്ങാത്ത നിരത്തിലേക്ക്
ഒരൊറ്റയോട്ടം
വെച്ചു കൊടുക്കും.
പാവം, ഓടാൻ മറന്ന പൂക്കളും
മണം പിടിച്ചുനിന്ന മൂക്കുകളും
നീല നിലാവലയിൽ കുളിച്ച്
പൊലീസുവണ്ടിയുടെ
വെളിച്ച മുറ്റത്ത്
റാൻ മൂളി നില്ക്കും.
മിന്നലായി ഇടിവെട്ടായി
ചോദ്യങ്ങൾ
പൊലീസുവണ്ടിയിൽ നിന്നിറങ്ങി
റൂട്ട് മാർച്ച് തുടങ്ങും.

22 വിശദമായ ചോദ്യം ചെയ്യൽ

സാദിർ തലപ്പുഴ

ഇടം തിരിഞ്ഞ് വലം തിരിഞ്ഞ്
പരേഡ് തിമിർക്കും.
അപ്പോഴാവും
നഗരം കാണാനിറങ്ങിയ
ദേശാടനപ്പക്ഷികൾ
കൊക്കുരുമ്മി വന്ന്
നഗരത്തിലെ
മുന്തിയ കൂടിനെക്കുറിച്ച്
തിരക്കുന്നത്.
പരേഡ് ബ്രേക്ക് ചെയ്ത്
കുടഞ്ഞെറിയാനാവാത്ത
വിധേയത്വം പുതച്ച്
കൗതുകത്തിന്റെ
കണ്ണടവെച്ച്
നീല നിലാവല
മുന്തിയ കൂട്ടിലേക്ക്
വിരൽ ചൂണ്ടും.
നിശ്ശബ്ദതയുടെ
പരവതാനിയിലൂടെ
ദേശാടനപ്പക്ഷികൾ
കൊക്കുരുമ്മി നടന്നുപോകുമ്പോൾ
വെളിച്ച മുറ്റത്ത്
പരേഡ്
വീണ്ടും തുടങ്ങും.

നാലാം കെട്ട്യോൾ

മൂന്നെണ്ണത്തിനെ
ഉസ്കൂള്പ്പറഞ്ഞയച്ച്
കീയുമ്മം
മണി പത്തര.
അല്ല്യോളീ–,
ഇങ്ങളേട്യാ പോന്നേന്ന്
അങ്ങട്ടേലെ ബിയ്യാത്തു
കുടുമ്മക്കോടതീല്
കേസ്ണ്ട്...ന്ന് ഞാൻ.
എളയോനെ
ഒക്കത്തെടുത്ത്
ഓവ് പാലത്ത്
മ്മലെത്തിയേരം
നറച്ചും കുണ്ടമ്മാർ.
കുണ്ടമ്മാറെ നോട്ടോം
കുഞ്ഞന്റെ അയ്യംബിളിയും
അനക്കെന്തല്ലോ...ആയൂട്ട്
കോടതീന്റെ കോന്നായി
പർദ്ദ ഇട്ടോലെക്കൊണ്ട്
കറ്ത്ത്ക്ക്
മക്കളെയുപ്പ
അന്നെക്കണ്ടിറ്റും
കണ്ട ബാറാക്കിയില്ല.
കേസ് ഇപ്പം ബിളിക്കും
ഇപ്പം ബിളിക്കുംന്ന്

24 വിശദമായ ചോദ്യം ചെയ്യൽ

സാദിർ തലപ്പുഴ

ബേരിച്ച്
നിന്ന് നിന്ന്
കാലിന്റെ ഉസ്ക്കൂള് പൂട്ടി.
ഒരിയാനെ
കേസ് ബിളിച്ച്.
മയിസ്രേട്ട് ചോയിച്ച്
ഇനിക്കെന്തെങ്കിലും
പറയാനുണ്ടോന്ന്.
ഞാമ്പറഞ്ഞ്
അന്റെ മക്കക്ക്
ഉപ്പാനെ മാണംന്ന്.
ഓലോട് ചോയിച്ചേരം
ഓല് പറഞ്ഞ്
ഓലിക്ക് മാണ്ടാന്ന്.
ഞാനെന്താക്കാനാ
ആരോട് പറയാനാ...
ആട്ന്നും ഈട്ന്നും
ബെർന്നോലിക്കൊന്നും
കെട്ടിക്കണ്ടോന്ന്
കാദറ് മാഷ്
എത്തിര പറഞ്ഞതാ.
ഓല്ക്ക്
മൂന്നെട്ത്താറ്റം
പെണ്ണുങ്ങളുണ്ടോലോ.
അന്നേരം
ഞാനും ബേരിച്ച്
ഓലിക്ക് മാണ്ടെങ്കിൽ മാണ്ട.
മരിച്ചിക്കീന്ന് കണക്കാക്കി
കുഞ്ഞനെം കൊണ്ട്
ഞാനിങ്ങ് പോന്നു.
പയ്യിനെ കെട്ടണം,
പുല്ലരിയണം
തിര്മ്പണം,
കുഞ്ഞനെ കുളിപ്പിക്കണം
എന്തെല്ലാം പണിയാ...!
ഇന്നെത്തിരയാ തീയതി?
കലണ്ടറ് നോക്കി.
റജബ് പതിമൂന്ന്.
അട്ത്ത കൊല്ലം
ഈ ദെവസാവുമ്മം
മൊയിലാറെ ബിളിച്ച്
ഓന്റെ ആണ്ട് കയിക്കണം.

ഫുൾസ്റ്റോപ്പ്

എന്റെ വേഗത്തെ
അളക്കാൻ
നിന്റെ മാപിനിയിൽ
അക്കങ്ങളില്ലെന്ന്
നിനക്കറിയില്ലെങ്കിലും
എനിക്കറിയാം.
നീ പരിശീലിച്ച ചലനങ്ങൾ,
ഒഴിഞ്ഞു മാറലുകൾ,
പ്രതിരോധം
എല്ലാം...
ഒറ്റക്കുത്തിൽ
ഞാൻ തടഞ്ഞിരിക്കുന്നു.
നിന്റെ കണ്ണിലെ
ഒടുക്കത്തെ ചോദ്യങ്ങൾ
എന്റെ ഉന്മാദത്തിന്റെ
ഉത്തരങ്ങളാണ്.
നീ ഒരു വാചകമായിങ്ങനെ
ഒഴുകിപ്പരക്കുമ്പോൾ
അവസാനമൊരു കുത്ത് വേണ്ടേ..?
ആ കുത്താണ്
ഞാൻ നിന്റെ
ആറാംവാരിയിൽ ഇട്ടത്.
പൂർണ്ണവിരാമം ഇല്ലാതെ
ഒരു വാചകത്തിന്
എന്ത് രസം?

സമരം

സമരത്തിന്റെ
ശിഖരങ്ങൾ
മുദ്രാവാക്യങ്ങളുമായ് വരും.
മുഷ്ടികൾകൊണ്ട്
എത്താൻ പറ്റാത്ത ദൂരത്ത് തൊടും.
കൊടികൾ
ശിഖരങ്ങളിൽ ഇലകളാവും.
ഇലകൾ
തണലായും പറക്കും
താങ്ങായും നില്ക്കും.
പ്രതിഷേധമാർച്ച്
കാക്കി മതിലിന്റെ
കല്ലടുക്കിൽ ഇടിച്ചുനില്ക്കും.
ഞാൻ, മതിലിൽ
ഒരു കല്ലായ് നില്പുണ്ടാവും.
അങ്ങനെ നില്ക്കുമ്പോൾ
കാണരുത്
സമരത്തിന്റെ വേരിനെ,
തൊടരുത്
തൂവലിന്റെ വിരല് കൊണ്ട്
ഒരു ശിഖരത്തെയും.
സമരത്തിന്റെ വേര് മുതൽ
പൂവ് വരെയും കൊടുങ്കാറ്റുണ്ട്.

വിശദമായ ചോദ്യം ചെയ്യൽ

സാദിർ തലപ്പുഴ

മരത്തിൽ
കാറ്റ് പിടിച്ച് തുടങ്ങുമ്പോൾ
ഇലകൾ
തല്ലിക്കൊഴിച്ചു തുടങ്ങണം.
കാറ്റൊടുങ്ങിയില്ലെങ്കിൽ
നനയ്ക്കണം
ഉന്നംതെറ്റാതെ
ഓരോ മുദ്രാവാക്യങ്ങളെയും.
പിന്നെ പുകയ്ക്കണം,
പുറത്തു ചാടിക്കണം
ഒളിഞ്ഞിരിക്കുന്ന
കണ്ണീരിന്റെ ജലാശയത്തെ.
ഒടുക്കം
ഓരോന്നിനെയും
തിരഞ്ഞു പിടിച്ച് വളഞ്ഞ് നിന്ന്
മുളന്തണ്ട് കൊണ്ട്
ചാപ്പ കുത്തണം.

സമരങ്ങൾ തന്ന
സ്വാതന്ത്ര്യമേ...
നീയേതു പല്ലിടുക്കിൽ
ഒളിഞ്ഞിരിക്കുന്നു-?
ഒരീർക്കിൽ കൊണ്ട്
കുത്തിയെടുത്ത്
അണപ്പല്ലിൽ വെച്ച്
ചവച്ചു നോക്കണം നിന്നെ.

ജനാധിപത്യം

കാട്ടിലെ പ്രജകൾ
ഒരു വട്ടി നിറയെ
മണലുമായ്
രാജകൊട്ടാരത്തിലെത്തി.
സിംഹരാജനെ
പിടിച്ചുകെട്ടി
മണൽത്തരികൾ
എണ്ണുവാൻ ഉത്തരവിട്ടു.
കട്ടുമുടിച്ചത്രയും
കോടിയിലെത്തുമ്പോൾ
എണ്ണം നിർത്തുവാൻ
കല്പിച്ചു.
സിംഹരാജൻ
എണ്ണിത്തുടങ്ങി.
മണൽ വട്ടികൾ
പിന്നെയും വന്നു.
പിന്നെ
മണൽ ലോറികൾ വന്നു.
ഗത്യന്തരമില്ലാതെ
പ്രജകൾ
സിംഹരാജനെ
മരുഭൂമിയിലേക്ക്
കൊണ്ടുപോയി.

ട്രെയിൻ ഡ്രോപ്സ്

സുന്ദരമെന്നോ
സൗമ്യമെന്നോ
വിചാരിച്ച്
ഒരു കരച്ചിൽ വീഴുന്ന
ഒച്ചയെ കേട്ടുനില്ക്കാനാവുമോ?
പേറൊഴിഞ്ഞ വയറുമായ്
തീവണ്ടി പോയ്ക്കഴിയുമ്പോൾ
പാളത്തിൽ കിടക്കുന്ന
കരച്ചിലിനെ
തിരക്കിട്ടനോട്ടംകൊണ്ട്
നിശ്ശബ്ദമാക്കാമോ?
ലക്ഷ്യത്തിലേക്ക്
നടത്തങ്ങളെ
എയ്തുവിടുമ്പോൾ
തിളയ്ക്കുന്ന പ്രതീക്ഷകൾ
കാത്തിരിപ്പുണ്ടാവുമെന്ന്
ഉറപ്പിക്കാനാവുമോ?

ഓർക്കണം.
കാതടപ്പുകളിൽ
പാട്ടുകച്ചേരി തീരുമ്പോൾ
പാളങ്ങളിൽനിന്ന്
കരച്ചിലിന്റെ ഒച്ചകൾ
തേടിവരും നിന്റെ ഉണർച്ചയെ.

വെള്ളിലച്ചെടിയിലെ കരിങ്കായ

അഞ്ചാം ക്ലാസിലാണവൻ
വന്നത്.
വില്ലേജാപ്പീസറെ മോൻ
വിനോദ് കുമാറാ പറഞ്ഞത്
ഓൻ പണിയക്കുട്ട്യാണെന്ന്.

വീട്ടിൽ
പിന്നാമ്പുറത്ത്
കഞ്ഞിക്ക് വരുന്ന
പണിച്ചിപ്പെണ്ണുങ്ങളുടെ
പകപ്പ് പോലെ
ബെഞ്ചിന്റെ മൂലയ്ക്ക്
അവനിരുന്നു.

അഞ്ചാം ക്ലാസൊരു
വെള്ളിലച്ചെടിയാണ്
വെള്ളിലച്ചെടിയിൽ
തുടുത്ത കരിങ്കായ.

എല്ലാരുമവനെ
പണിയൻ ഗോപീന്ന്
വിളിച്ചു.

മാവിലേക്കുള്ള

സാദിർ തലപ്പുഴ

ഒറ്റയേറിൽ
ഒരു കുല മുഴുവൻ
താഴെ വീഴ്ത്തും.
ഒറ്റാന്തടിപ്പാലം
ഒറ്റക്കാലിൽ ചാടിക്കടക്കും.

ഞാൻ
ഒറ്റയ്ക്കിരിക്കുമ്പോൾ
ഗോപിയായി.
ഒറ്റക്കാലിൽ
ഒറ്റാന്തടിപ്പാലം ചാടി
തോട്ടിൽ വീണു.
ഏറുകൾ ഉന്നം തെറ്റി
ലക്ഷ്മിയേടത്തിയുടെ
ഓടുകൾ പൊട്ടി.
എന്നിട്ടും
ഉള്ളിന്റെയുള്ളിൽ
ഗോപിയായി.

ഇന്റർവെല്ലിൽ
എന്റേം ഗോപീന്റേം പല്ലിൽ
വെല്ലമുട്ടായി ഒട്ടി.
ഒട്ടിയ പല്ലുകാട്ടി
അവനെന്നോട് ചിരിച്ചു.

ഓട്ടുമ്പുറത്ത് കേറി
മൂലോടിളക്കി
ആറ് ബിയിലെ
ചോർച്ച മാറ്റും.
പ്രഭാകരൻ മാഷ്
വരുമ്പോഴേക്കും
ഒരു കെട്ട് പാണൽ വടി
ക്ലാസിന്റെ മൂലയ്ക്ക്
കുത്തിച്ചാരും.
സബ്ജൂനിയറിൽ
ജില്ലാ ചാമ്പ്യനായി
അസംബ്ലിയിൽ
മെഡലണിഞ്ഞു നില്ക്കും.

32 വിശദമായ ചോദ്യം ചെയ്യൽ

സാദിർ തലപ്പുഴ

കുന്നിന്റെമോളിലെ
ഒറ്റമരം പോലെ
എല്ലാ പിരീഡിലും
ബെഞ്ചിൽ കേറും.
വിജയൻ മാഷ്
കഴുതേന്ന് വിളിക്കും.
ഡെയ്സി ടീച്ചർ
പോക്കുക്കാന്റെ
റേഷൻ പീടേന്ന്
മണ്ണെണ്ണ വാങ്ങിപ്പിക്കും.
ബാക്കി വാങ്ങാതെ വന്നാൽ
കറുത്ത ചെവിയിൽ
ചുവന്ന ഒറ്റക്കടുക്കനിട്ടു കൊടുക്കും.

വില്ലേജാപ്പീസറെ മോൻ
വിനോദ് കുമാർ
ബെഞ്ചിൽ തൂറുമ്പോൾ
രോഹിണി ടീച്ചറുടെ
കല്പനപ്രകാരം
സങ്കടക്കണ്ണുകൊണ്ട്
എന്നെ നോക്കി
കിണറ്റിങ്കരേ കൊണ്ടുപോയി
വിനോദ്കുമാറിനേം
തൂറിയ ബെഞ്ചിനേം കഴുകും.

ആറിലേക്കും ഏഴിലേക്കും
വെള്ളിലക്കുട്ടികൾ തെഴുത്തു.
കരിങ്കായ
അഞ്ചാംക്ലാസിലേ കൊഴിഞ്ഞു.
മുളച്ചോ?
ഉറുമ്പരിച്ചോ?
ആവോ!!

മഴസീനിൽ വില്ലൻ

സന്ധ്യകഴിഞ്ഞു കാണും.
മഴ
മുറ്റത്ത് നില്ക്കുന്നു.
നെഞ്ചിലൂടെ ഊർന്ന്
താഴെവീണ്
ഒലിച്ച് നില്ക്കുന്ന
ജലച്ചേല.
അകത്ത് കയറി
സാരിത്തലപ്പ് പിഴിഞ്ഞ്
തണുപ്പാറ്റാൻ പറഞ്ഞു.
വെളിച്ചമില്ലാത്ത വീട്ടിൽ
വില്ലൻ ഒറ്റയ്ക്കാണ്.
പതിവ് മഴസീനിലെ
പശ്ചാത്തല ഒച്ചകളല്ലാതെ
പ്രത്യേകിച്ച് ഒന്നുമില്ല.
സിഗരറ്റ് പെട്ടിയിൽനിന്നും
വില്ലൻ
പുഞ്ചിരിയെടുത്ത്
ചുണ്ടിൽ വെച്ച്
തീ കൊളുത്തി.
നനഞ്ഞൊട്ടി നില്ക്കുന്ന
മഴയെ
മിന്നലിന്റെ വെട്ടത്തിൽ

34 വിശദമായ ചോദ്യം ചെയ്യൽ

സാദിർ തലപ്പുഴ

കിടത്തി
വലിച്ചടുപ്പിച്ച്
മുഖത്തെ ജലച്ചാട്ടങ്ങളിൽ
ചുണ്ട് കൊരുത്ത്.....
അടുത്തഷോട്ടിൽ
ഇരുട്ട് വകഞ്ഞ്
മഴയെ കടന്ന് പിടിച്ചു.
മഴ വില്ലനെ
ബലാത്സംഗം ചെയ്തു.

മൂന്നാംമുറ

ഒന്നാമത്തെ മുറയും
രണ്ടാമത്തെ മുറയും
എന്തായിരുന്നൂന്ന്
മൂന്നാമത്തെ മുറയിലാ
അറിഞ്ഞത്.
മുറകൾ ഏത്
തന്നെ ആയാലും
നെല്ലും പതിരും
വെവ്വേറെ കിട്ടണം.
ഒന്നാമത്തെ മുറയിൽ
വലിയ കാര്യമില്ല.
ശബ്ദതാരാവലി
വായിച്ചു കേൾപ്പിക്കും.
വാക്കുകൾ
നൃത്തം ചെയ്യുന്നത്
നമുക്കങ്ങനെ കാണാം.
ആഹഹാ...
എന്തൊരു വാക്ചന്തം.
രണ്ടാമത്തെ മുറയിലെ
രണ്ടാമത്തെ പകുതിയിൽ
കുടിച്ച മുലപ്പാലിനെക്കുറിച്ച്
പറഞ്ഞ് തരും.
എന്തുമധുരമായിരിക്കും..!
വായിൽ വെള്ളമൂറുമ്പോൾ

36 വിശദമായ ചോദ്യം ചെയ്യൽ

സാദിർ തലപ്പുഴ

തൊട്ടുകൂട്ടാനുള്ള കാന്താരി
കണ്ണിലെ
കടൽ വെള്ളത്തിൽ
പൊട്ടിച്ച്
കഴുകിയെടുക്കണം.
മൂന്നാമത്തെ മുറയിലാ രസം.
സങ്കല്പങ്ങളുടെ കാലുകൾ
അഴിച്ചുമാറ്റിയ
ചാരുകസേരയിലെ
ചാരിയിരുത്തം.
കടുപ്പത്തിലൊരു ചായ.
നാല് ടിന്റുമോൻ കഥ
സുഖിച്ച് സുഖിച്ച്,
ചിരിച്ച് ചിരിച്ച്
ഗാന്ധിജിയെക്കൊന്നത്
ഞാനാണെന്നുവരെ
പറഞ്ഞുപോകും.

മഴ വരുമ്പോൾ

മഴ വരുമ്പോൾ
ഓടിക്കയറും കുട്ടികൾ
വീട്ടിലേക്ക്.
അമ്മ
ഉണക്കാനിട്ട
മല്ലിയും മുളകും
വാരിപ്പൊതിയും.
തുള്ളികളിൽനിന്ന്
ഒഴിഞ്ഞു മാറും
വിളിച്ചുപറയും
തിരുമ്പിയിട്ട തുണിയെല്ലാം
എടുക്കാൻ.
ഉണങ്ങിയ
വിറകെല്ലാം
അടുപ്പിനടുത്തിടാൻ.
ഇടുമ്പോഴുള്ള
ഒച്ചയിൽ പൂച്ച
ഇറങ്ങിയോടും മഴയത്തേക്ക്.
എല്ലാം അകത്തായിക്കഴിയുമ്പോൾ
പുറത്ത്

38 വിശദമായ ചോദ്യം ചെയ്യൽ

സാദിർ തലപ്പുഴ

മഴ നനഞ്ഞ് നില്പാവും
ഓടിക്കയറിയപ്പോൾ
വകഞ്ഞു മാറ്റിയ കാഴ്ചയും
എടുക്കാൻ
മറന്നതിനോടൊപ്പം
നില്ക്കുന്ന
അമ്മയുടെ മനസ്സും.

വയനാട്ടുകാരൻ

നാട്ടിൽ പോയപ്പോൾ
വയനാട്ടുകാരനാണെന്ന്
ചോദിച്ചയാളോട് പറഞ്ഞു
വിശേഷിച്ചെന്താ
വയനാട്ടിലിപ്പോഴെന്ന
ചോദ്യത്തിന്
പ്രത്യേകിച്ചൊന്നുമില്ലെന്ന
ഉത്തരത്തിൽ
ഭൂസമരമങ്ങു വിഴുങ്ങി
കഷായത്തിലൊക്കെ ചേർക്കുന്ന
ഒരുസ്ഥലപ്പേരുണ്ടല്ലോ
അവിടെ?
ജാനുവെക്കുറിച്ച്
ജോഗിയെക്കുറിച്ച്
വിനോദിനെക്കുറിച്ച്
പറയാതെ
മുത്തങ്ങയിലെ
ടൂറിസ്റ്റുകളുടെ
ബുദ്ധിമുട്ടിനെപ്പറ്റി
പറഞ്ഞു.
ചോദിച്ച് ചോദിച്ച്
അയാൾ
ഉൾക്കാട്ടിലേക്ക് കടന്നു.

40

വിശദമായ ചോദ്യം ചെയ്യൽ

സാദിർ തലപ്പുഴ

ഞാൻ
വെടിയിറച്ചി എന്നുപറഞ്ഞ്
അയാളുടെ നാവിൽ
വെള്ളമൂറ്റി.
“പണിയരുടെ
തുടിപ്പാട്ടറിയാമോ?”
പണിയരുടെ കാര്യം
പറയാതിരിക്കുന്നതാ
ഭേദം
കഴുകിയാൽ നാറ്റം മാറാത്ത ജാതി
എന്നു പറഞ്ഞ്
ഒറ്റയ്ക്ക് ചിരിച്ചു.

വയനാട്ടിൽ
വസ്തുവിനൊക്കെ
വല്യ വിലയാന്നോ?
അത്രയും ചോദിച്ചു
കിട്ടിയാൽ പോരേ?
ഞാനാരാ മോൻ..!

ചിറക്

കാട്,
കാട്ടിൽ
വലിയ ചിറകുള്ള
ഒരു കിളി.
വലിയ എന്നാൽ
എത്ര വലിപ്പമാകാം?
കാട്ടിലാവുമ്പോൾ
എത്രവേണേലും ആവാം.
ആനയോളം,?
ആകാശത്തോളം?
അങ്ങനെ
ചോദിച്ച് ചോദിച്ച്
മനസ്സിൽ
ആനയോളം
ആകാശത്തോളം
വലിയ ചിറകുള്ള
ഒരു കിളിയെ
സങ്കല്പിച്ചോളൂ.
അത്രയും വലിപ്പമില്ലേ
കാട്ടിലെ
ഒരു ചെറുകിളിയുടെ
സ്വാതന്ത്ര്യത്തിന്?

വീഴ്ച

കടപുഴകിയാൽ
അലച്ചൊരു വീഴ്ചയാണ്.
എത്തിപ്പിടിക്കാനുള്ള
ശ്രമങ്ങളെല്ലാം
തെന്നിമാറും.
ചെറുചെടികൾക്കും
ഏറ്റവും അടിയിലെ
ശിഖരങ്ങൾക്കും
വല്ലാതെ
ശ്വാസം മുട്ടും.
മണ്ണിൽനിന്നും
വെളിച്ചത്തിലേക്ക്
നഗ്നമാക്കപ്പെട്ട വേരുകൾ
പകച്ചുനില്ക്കും.
ഇലകൾ
ഭൂമിയെ ചുംബിച്ച്
ഒന്നുമുരിയാടാനാവാതെ
കരയും.
മരം
അതിന്റെ വീഴ്ചയിലാണ്
എല്ലാം അടർത്തി
മണ്ണിൽ
അലിയാൻ തുടങ്ങുന്നത്.

തീർച്ച

നീ വരും.
മരുഭൂമിയിൽ
ഞാൻ നട്ടകണ്ണ്
നീ കാണും.
ഇമവെട്ടാതെ
നിന്നെത്തന്നെ നോക്കി
കണ്ണൊരു
പുഴയാകും.
എന്റെ കണ്ണിലെ
പുഴയിൽ നനയാതെ
ഒരു തോണിയും
നിന്നിലേക്കടുക്കില്ല.

അഴി

എണ്ണിത്തുടങ്ങിയപ്പോൾ
അക്കങ്ങൾ
തട്ടിമറിച്ചിടുന്നൂ ഉള്ളിൽ
വേവലാതിയുടെ
പൂച്ചക്കുട്ടികൾ.
അഴി;
നെടുങ്ങനെയും
പിന്നെ, ഒറ്റയ്ക്ക്
കുറുങ്ങനെയും
ആയതിനാൽ
എവിടെ നിന്നാവണം
തുടക്കം?
അഴിക്കകം
ഒരു അലയാഴിയാണ്.
ഇരുട്ടിനോടൊപ്പം വന്ന
പാറാവുകാരന്റെ അരയിൽ
ഞാന്നു നില്ക്കുന്നു
സ്വാതന്ത്ര്യത്തെ
നാടുകടത്തിയ തോക്കിന്റെ കുഞ്ഞ്.
ഉറക്കത്തിന്റെ
ഞാന്ന ഞൊറികളെ
പ്രഭാതത്തിലെ
വീട്ടുചെലവുകളിലേക്ക്
പാറാവുകാരൻ

തുന്നിച്ചേർക്കുമ്പോൾ
എന്റെ കുഞ്ഞ് നെഞ്ചിനുള്ളിൽ
എണ്ണി നോക്കുകയാണ്
സ്വാതന്ത്ര്യത്തിലേക്കുള്ള
അഴികളുടെ
പെരുക്കങ്ങൾ.

മറന്നുവെച്ചത്

ഒന്നാം ക്ലാസിലെ
ആദ്യ ദിവസം
മറന്നുവെച്ച
പുള്ളിക്കുട പോലെ
എന്റെയീ
പുള്ളി വീണ
ഉടലിനെ
എവിടെയെങ്കിലും
മറന്നുവെക്കണം.

ആടിയുലഞ്ഞ
വെയിലിനോടൊപ്പം ചെന്ന്
തിരക്കിട്ടു പോകുന്ന
പാളങ്ങളുടെ
വീതിയിൽ,
ഏഴാം നിലയുടെ
താഴെ
ഉറുമ്പുകൾ
ബാറിലേക്ക് പോകുന്ന
കാർപോർച്ചിനടുത്തെ
സിമന്റ് തറയിൽ.
മീൻ കുട്ടികൾ
സ്കൂൾ വിട്ടുവരുന്ന

വഴുക്കാംപാറയുടെ
ജലച്ചെരുവിൽ...
എവിടെയെങ്കിലും...!

അല്ലെങ്കിൽ;
ഒരു കയറിന്റെ അറ്റത്ത്
ഞാത്തിയിട്ട്
വീട്ടിലേക്ക് പോയാലോ?
എടുക്കാൻ മറന്നൂന്ന്
നുണ പറഞ്ഞാലോ...?

വീട്ടിൽ
ഉടലുകളെല്ലാം
അലമുറയാൽ
ഉടുത്തൊരുങ്ങും.
മഴ പെയ്യുമ്പോൾ
മോർച്ചറിയിലേക്കും
മഴ തോരുമ്പോൾ
പള്ളിപ്പറമ്പിലേക്കും പോകും.

കുറേ വർഷം കഴിഞ്ഞ്
അവർ
ഓർത്തെടുക്കാൻ ശ്രമിക്കും,
പള്ളിപ്പറമ്പിൽ
മറന്നുവെച്ച എന്നെ.

പ്രണയവയൽ

വരണമെന്നുണ്ട്
ഇടതൂർന്ന നിന്നിലേക്ക്
നിറയെ
ഇതളുകളുള്ള
ഒരു കാറ്റായി.
നിന്നോടൊപ്പം
പ്രാർത്ഥനയാവണമെന്നുണ്ട്.
ചുണ്ടുകളുടെ
മിന്നൽ ചലനത്തിന് ചുറ്റും
ചുംബനത്തിന്റെ
വിത്തുകൾ
പാകണമെന്നുണ്ട്.
നീ തുറന്നുവെച്ച
വേദപുസ്തകത്തിന്റെ
ജനൽപ്പാളികൾ
വലിച്ചടച്ച്
ഇരുട്ടിനോട്
പാപം ചെയ്യണമെന്നുണ്ട്.
പ്രണയത്തിന്റെ
വറുതിയിൽ,
നീയെന്ന വയലിന്റെ ഓർമ്മ
എന്റെ അത്താഴം.

കള്ളൻ

നിലാവടിഞ്ഞ മുറ്റത്ത്
പെട്ടെന്ന്
പൊട്ടി മുളച്ചു
ഒരു കള്ളൻ.
കാലങ്ങളായി
നമ്മളെല്ലാം
ആലോചിച്ച് ഉറച്ച്
പറഞ്ഞുവെച്ചമാതിരി
ഒരു കറുത്തവൻ.
അരയിലെ
താക്കോലുകളെ
ശാസിച്ച്
കിലുക്കങ്ങൾ അടക്കി
പൂമുഖത്തേക്ക് നടന്നതും
പകൽ മുഴുവൻ
വെയിൽകൊണ്ട്
ക്ഷീണിച്ച വീട്
അർദ്ധമയക്കത്തിൽ
ഒന്ന് തിരിഞ്ഞുകിടന്നു.
ഇപ്പോൾ
കള്ളൻ
അടുക്കള വാതിലിന്
അഭിമുഖൻ.

50 വിശദമായ ചോദ്യം ചെയ്യൽ

സാദിർ തലപ്പുഴ

താക്കോൽ കുഞ്ഞുങ്ങൾ
അരയിൽനിന്ന്
ഊർന്നിറങ്ങി
വാതിലുകളെ
ഓരോന്നായി
ഉമ്മവെച്ചു.
ഉമ്മകളാൽ
രോമം എഴുന്നുപോയ വീട്
വാതിലുകൾ
ഓരോന്നായി
തുറന്നുകൊടുത്തു.
പിറ്റേന്ന് രാവിലെ
അയൽപക്കത്തെ വീട്
അതിനപ്പുറത്തെ
വീടിനോട്
മതിലിന് മുകളിലൂടെ
തലയിട്ട് കൊണ്ട്
ചോദിച്ചു
“പൊലീസുകാർക്കെന്താ
ആ വീട്ടീ കാര്യം?”

ഒരുക്കം

വഴിയരികിൽ
ഇലകളെ
ആലിംഗനം ചെയ്ത്
നില്ക്കുന്ന
ഒരു വീടുണ്ട്.
വളവ് തിരിഞ്ഞു വരുന്ന
പരിചിത വാഹനങ്ങൾ
നോട്ടങ്ങൾ
കാണിക്കവഞ്ചിയിലേക്കെന്നവണ്ണം
എറിഞ്ഞു കൊടുത്ത്
കടന്നു പോകും.
ചില വാഹനങ്ങളുടെ
മനസ്സ്
അവിടെ ഇറങ്ങി
അടഞ്ഞു കിടക്കുന്ന
വരാന്തയിൽ
അറച്ചു നില്ക്കും.
വൈകുന്നേരങ്ങളിൽ
നടക്കാനിറങ്ങുന്ന
പുരുഷ കൗമാരങ്ങൾ
മോഹങ്ങളെ
വേലിപ്പഴുതിലൂടെ
മേയാൻ വിടും.

52 വിശദമായ ചോദ്യം ചെയ്യൽ

സാദിർ തലപ്പുഴ

മോഹങ്ങൾ
തിരികെ വന്ന്
പിന്നാമ്പുറത്തെ തൊടിയിൽ
നിറയെ
ഊരിയെറിഞ്ഞ
ഉറകളാണെന്ന്
നുണ പറയും.
വിശുദ്ധയായ് അവൾ
ഉറങ്ങുകയാവണം അകത്ത്.
പൊട്ടിപ്പോയ ഉറക്കത്തെ
കടവായിലൂർന്ന
ഞോളകൊണ്ട്
ഒട്ടിക്കുകയാവണം.

മുറ്റത്ത്
പൂക്കൾ,
പോക്കുവെയിലിൽ
കുളിച്ചൊരുങ്ങുകയാണ്.
അവളുടെ
മുടിയുടെ രാത്രിയിലേക്ക്
നടക്കാനിറങ്ങുവാൻ.

വിത്ത്

ആസക്തനായി
ജലം
വിത്തിനെ പുണരുമ്പോൾ
ഭൂമിയുടെ
ഉപരിതലത്തിൽ
വിത്ത് അഴിച്ചുവെക്കുന്ന
ഉടയാടയാണ് തളിർപ്പ്.
വിളക്കണച്ച്
മൺമെത്തയിൽ കിടത്തി
പെരും ചുംബനങ്ങളാൽ
ഉണർത്തി
വിത്തിന്റെ
ഉള്ളുലയുംവരെ
ജലം വിയർക്കും.

ആസക്തിയൊടുങ്ങി
പുറന്തോടു പൊട്ടിച്ച്
മണ്ണടരിനെ
കുഞ്ഞുവേരുകൾകൊണ്ട്
തൊട്ടുനോക്കും.
കൂമ്പിയ കണ്ണുകൾ
പതിയെ തുറക്കും.
കൈയെത്തിച്ച്

54

വിശദമായ ചോദ്യം ചെയ്യൽ

സാദിർ തലപ്പുഴ

അഴിച്ചുവെച്ച്
എടുത്തണിയാൻ ശ്രമിക്കും.
അപ്പോഴേക്കും
ഉടയാടകൾ വളർന്ന്
മരമായ് തീർന്നിരിക്കും
ജലം
ദാഹമായ്
ഇറങ്ങി നടക്കും.
പുറത്തിറങ്ങാനാവാത്ത
സങ്കടത്താൽ
വിത്ത്
ഇരുട്ടിൽ
കരഞ്ഞുകലങ്ങും.

വിശദമായ ചോദ്യംചെയ്യൽ

ആകാശത്തിന്റെ
ചെരിവിൽ
സംശയാസ്പദമായ
സാഹചര്യത്തിൽ
ഒരു മഴവില്ല്.
മതിയായ
രേഖകളില്ലാതെ
ഇറക്കുമതി ചെയ്ത
നിറങ്ങളാണെന്നും
ഈ വളഞ്ഞുനില്പ്
വഴി മുടക്കിയാണെന്നും
അനുചരന്മാർ
അധികാരത്തിങ്കലേക്ക്
സന്ദേശപ്പെട്ടു
ഒടിച്ചുമടക്കി വിശദമായ
ചോദ്യം ചെയ്യലിനായി
കൊണ്ടുപോകുമ്പോഴും
പൂക്കളിലും പൂമ്പാറ്റകളിലും
മഴവില്ല് നിറങ്ങൾകൊണ്ട്
ഉമ്മവെച്ചു
വാക്കുകളില്ലാത്ത
ചോദ്യങ്ങളാൽ
നിറങ്ങൾ

56 വിശദമായ ചോദ്യം ചെയ്യൽ

സാദിർ തലപ്പുഴ

ഊർന്നുപോയ
മഴവില്ലിനെ മൂന്നാംപക്കം
നിരുപാധികം
വിട്ടയക്കപ്പെട്ടു.
ഇപ്പോൾ മഴവില്ല്
ഒരു കരിങ്കൊടിയാണ്.

ഡിസ്പോസബിൾ

വഴിയരികിൽ
ഉപേക്ഷിക്കപ്പെട്ട്
ക്ഷീണിച്ച്, കിടന്നു.
അറിഞ്ഞതിനെ,
മാർദ്ദവ ഭിത്തിയെ
ഓർത്തെടുത്തു.
എറേസർ കൊണ്ട്
വെടിപ്പാക്കിയ കണങ്കാലുകൾ,
വെടിച്ചുകീറിയ പാദങ്ങൾ,
രക്ഷകൾ ഘടിപ്പിച്ച
നടത്തങ്ങൾ...
നഗരം തിരക്കുകളായി
നടക്കുകയാണ്
ചില കണങ്കാലുകൾ
കടന്നുപോവുമ്പോൾ
കഴിഞ്ഞ രാത്രിയെ
ഓർത്തുപോവുന്നുണ്ട്
മണങ്ങളെ വിലമതിക്കുന്നുണ്ട്.
വഴുക്കലുകളെ വല്ലാതെ
ഇഷ്ടപ്പെട്ടു പോവുന്നുണ്ട്
ഉപയോഗിച്ച്
വലിച്ചെറിയപ്പെടുമ്പോൾ
വിചാരിച്ചില്ല

58 വിശദമായ ചോദ്യം ചെയ്യൽ

സാദിർ തലപ്പുഴ

ഒരിക്കൽ മാത്രം
ഉദ്ധരിച്ച് നില്ക്കാനുള്ള
യോഗമേ ഉള്ളൂവെന്ന്.
എല്ലാ ഉറകളും
ഉപേക്ഷിക്കപ്പെടേണ്ടവയാണെന്ന്.

വൈകിവന്ന ചുംബനം

ബസിലായിരുന്നപ്പോൾ
ചുണ്ടിൽ
വെറുതെ ഇരിക്കുകയായിരുന്നു
ചുംബനം.
ബസിറങ്ങി,
റോഡുകടന്ന്,
ഇടവഴിയെ വകഞ്ഞ്
തോട്ടുവക്കിലെത്തി.
തോടുകടക്കുമ്പോൾ
മീനുകൾ
മറുചുംബനം കോർത്ത
ചുണ്ടുകൾ നീട്ടി.
ഇറമ്പിൽ
ആഞ്ഞുനിന്നിരുന്ന
മൊട്ടുകൾ വിരിഞ്ഞു.
പിണങ്ങി വളർന്ന
മുളന്തണ്ടുകൾ
കാറ്റിൽ ചേർന്നുരസി.
കാപ്പിപ്പൂ മണത്തെ
പണി കയറിയ
പണിക്കാരെ
കടന്നു പോയീചുംബനം.
എതിരെ

60

വിശദമായ ചോദ്യം ചെയ്യൽ

സാദിർ തലപ്പുഴ

ചുവപ്പും നീലയും
ഫൈബർ കസേരകളുമായി
മുതിർന്ന കുട്ടികൾ വരുന്നു.
വയൽക്കരയിലെ
നിന്റെ വീട്ടിൽ
പന്തലഴിക്കുന്നു.
മുറ്റവും തൊടിയും
ബിരിയാണി മണക്കുന്നു.
പാത്രം കഴുകുന്ന
പെണ്ണുങ്ങളുടെ ഉള്ള്
അവരുടെ
ആദ്യരാത്രിയുടെ
ഓർമ്മകളിലേക്ക്
നടന്നു പോവുന്നു.
നീ പോയ വഴിയേ
ചുംബനവുമായി
ഞാൻ
തിരികെ നടക്കുന്നു.

പ്രണയപ്പതിപ്പ്

കവിതയോളം പോന്ന
ഒരു തൊടൽ.
എന്റെ വിരലിനെ
നിന്റെ ഉടലിലേക്ക്
തർജ്ജമ ചെയ്തപ്പോൾ
കണ്ണിൽ
പ്രണയ കവിതയുടെ
പ്രകാശനം.
കത്തിക്കാനും
നിരോധിക്കാനും
സാദ്ധ്യതയുണ്ട്.

നടത്തം

ഒരിക്കലും
വിരിയാനിടയില്ലാത്ത
ഉദ്യാനത്തിലാണ്
നടപ്പ്.
ഇപ്പോൾ
വിരിഞ്ഞേക്കാമെന്ന്
നുണ പറയുന്ന
മൊട്ടുകൾ.
വിശ്വസിച്ച്
പറന്നുയരാൻ
പൂമ്പാറ്റകളുടെ ഒരുക്കം.
അലസൻ
ഒരുദ്ദേശവുമില്ലാത്ത കാറ്റ്.
മുഖംമറച്ച്
ആൾമാറാട്ടം നടത്തിയ
തണുപ്പ്.
നിറങ്ങളെ
കടത്തിക്കൊണ്ടുപോയ
ഉടലില്ലാത്ത തുമ്പികൾ.
ഇത്രയും അസഹ്യമായി
നമ്മളെന്തിനാണ്
ഈ ഉദ്യാനത്തിലിങ്ങനെ
ചേർന്ന് നടക്കുന്നത്?

സൈക്കിൾ

മലർന്നു കിടന്നു
സൈക്കിൾ.
തുടകൾ ചേർത്ത്
സവാരിക്കാരൻ
കയറ്റം ചവിട്ടിക്കയറുകയാണ്.
ഇറക്കത്തിലും
കയറ്റത്തിലും
ഒച്ചയില്ലാത്ത മണികിലുക്കം.
അര സൈക്കിളായത് കൊണ്ടാവാം
കാല് നിലത്ത് കുത്തുന്നുണ്ടെന്ന്
സവാരിക്കാരൻ.
ഇടവഴിയിൽ
കിതച്ചും വിയർത്തും
സവാരിക്കാരന്റെ
ബീഡിമണം.
ഇടവഴിക്കരികെ
നിലാവിന്റെ
കണ്ണുപൊത്തി നില്ക്കുന്ന
മരങ്ങൾ.
സവാരി കഴിഞ്ഞ്
സൈക്കിൾ
സ്റ്റാന്റിലിട്ട്
സീറ്റിൽ തട്ടി

64

വിശദമായ ചോദ്യം ചെയ്യൽ

സാദിർ തലപ്പുഴ

സവാരിക്കാരൻ
റോഡിലേക്കിറങ്ങി.
ഇരുട്ടിൽ കുഞ്ഞുകണ്ണുകൾ
കത്തിച്ച്
സൈക്കിൾ വീട്ടിലേക്ക് പോയി.

ഹാനി (ഹിത)കരം

നീ
ആഞ്ഞുവലിച്ച്
ഊതിപ്പടർത്തിയതല്ലാതെ
എന്റെ
ആകാശത്തിൽ
മറ്റു മേഘങ്ങളില്ല.
എന്റെ മുറിവിലെ
നദിക്കരയിൽ
നിന്റെ പാട്ടിനൊപ്പം
ചുണ്ടിലിരിക്കാനായിരുന്നു
എനിക്കിഷ്ടം.
നദിക്കരയിൽനിന്നും
മടങ്ങിപ്പോയ
പാട്ടുകൾ
മറന്നുവെച്ച ഒച്ചകളെ
തിരഞ്ഞു വരുന്നുണ്ട്.
ജനൽപ്പടിയിലോ
മേശക്കാലിലോ
കുത്തിക്കെടുത്തി
മഴയിലേക്ക്
വലിച്ചെറിഞ്ഞെന്ന്
തിരികെ വന്ന
പാട്ടുകൾ

66 വിശദമായ ചോദ്യം ചെയ്യൽ

സാദിർ തലപ്പുഴ

പറയുന്നുണ്ട്
ആരോഗ്യത്തിന്
ഹാനികരം എന്ന
മുന്നറിയിപ്പുകൾ
ഒരുപക്ഷേ,
നീ ഇപ്പോഴായിരിക്കണം
ശ്രദ്ധിച്ചു തുടങ്ങിയത്.

ഡ്രോപ്പ് ഔട്ട്സ്

അമ്മേ...
ചാക്ക് കൈയിലില്ല.
മുഷിഞ്ഞ വേഷവുമല്ല.
ഒറ്റയ്ക്കല്ല
ആണുങ്ങളും
പെണ്ണുങ്ങളുമുണ്ട്.
പാത്തുംപതുങ്ങിയുമല്ല
ചിരിച്ചുകൊണ്ട്
ആർഭാടമായിട്ടാ വരവ്
അഖിലും
സൗമ്യയും
കൂടെയുണ്ടല്ലോ.
അവരെ അവർ
പിടിച്ചുവലിക്കുന്നുണ്ടല്ലോ.
അമ്മേ
ആ വരുന്നത്
കുട്ട്യോളെ
പിടുത്തക്കാരനാണോ?

കുട

നീ
മഴ നനയുന്നത്
ഞാൻ
കാണാഞ്ഞിട്ടല്ല.
മൂക്കോളം
വെള്ളത്തിൽ
ഞാൻ
നിനക്കെങ്ങനെ
ഒരു കുടയാവും?

ഉമ്മകളുടെ ഉദ്യാനം

പ്രണയിക്കുന്നവർ
ചേർന്നിരിക്കുമ്പോൾ
ഇഷ്ടം
അദൃശ്യ നൂലുകളാൽ
ഹൃദയങ്ങളെ
തുന്നിച്ചേർക്കും.
കണ്ണിലെ കുഞ്ഞു സൂര്യൻ
ഇറങ്ങിച്ചെന്ന്
എതിർ കണ്ണിലെ
കുഞ്ഞു സൂര്യന്
കൂട്ടിരിക്കും.
ഉദ്യാനത്തിലിരിക്കുമ്പോൾ
പ്രണയിക്കുന്നവർ
ചെടികളായി
രൂപാന്തരപ്പെടും.
ചില്ലകളിൽ
ഉമ്മകൾ പൂവിടും.
ഉടുത്തൊരുങ്ങി
എതിർചുണ്ടിലേക്ക്
വിരുന്നുപോവും.
വൈകുന്നേരമാവുമ്പോൾ
ചെടികൾ
വേരുകൾ പറിച്ച്

70

വിശദമായ ചോദ്യം ചെയ്യൽ

സാദിർ തലപ്പുഴ

ഇരു വീടുകളിലേക്ക്
പോവും.
വീടുകൾക്കിടയിൽ
ഹൃദയങ്ങളെ തമ്മിൽ
തുന്നിച്ചേർത്ത
നൂലുകൾ
വലിഞ്ഞു നില്ക്കും.
ഉമ്മകളുടെ ഓർമ്മകൾ
വലിഞ്ഞു മുറുകിയ
നൂലുകളെ
തംബുരുവാക്കും.
പാവം
ഉദ്യാനം മാത്രം
നേരം വെളുക്കുവോളം
ഉറക്കം വരാതെ
തിരിഞ്ഞും മറിഞ്ഞും
കിടക്കും.

കള്ളനും പൊലീസും ഒരു കളിയല്ല

പൊലീസുകാരനായിരുന്നില്ല
ശരിക്കും
കള്ളനായിരുന്നു ഞാൻ.
എവറെഡി എന്ന്
വിളിപ്പേരുള്ള
സതീശനായിരുന്നു
എപ്പഴും പൊലീസ്.
ഒളിച്ചിരിക്കാൻ
മച്ചോ, പത്തായമോ
ഒന്നുമില്ലാതെ
കുണ്ടനിടവഴിയിലെ
കണ്ണീർ പുല്ലുകൾക്കിടയിൽ
പതുങ്ങുമ്പോൾ
സിനിമയിലൊക്കെ
കാണുമ്പോലെ
സതീശന്റെ
കനത്ത പാദങ്ങൾ
തലയ്ക്ക് മുകളിലൂടെ
കടന്നുപോകും.
കൂട്ടുപ്രതിയായി
നീ
കൂടെയുണ്ടാവും
കുണ്ടനിടവഴിയിൽ
അങ്ങനെ

72 വിശദമായ ചോദ്യം ചെയ്യൽ

സാദിർ തലപ്പുഴ

ചേർന്നിരിക്കുമ്പോൾ
നീ
ഒരു ബാങ്കെന്നോ
ഒരു വീടെന്നോ
എനിക്ക് തോന്നും.
നിന്റെ താഴുകളെ
ഞാൻ കൊതിയോടെ
നോക്കി നില്ക്കും.
പെരുങ്കള്ളാ എന്ന്
നീ ചിരിക്കും.
മുറിയിലെല്ലാം കയറി
തിരിച്ചിറങ്ങുമ്പോൾ
കനപ്പെട്ടതെല്ലാം
കളവുപോയ
വീടുപോലെ
നീ നിശ്ശബ്ദയാവും.
അപ്പോഴേക്കും
എന്നെയും നിന്നെയും
സതീശൻ പൊലീസ്
പിടികിട്ടാപ്പുള്ളികളായി
പ്രഖ്യാപിച്ചിരിക്കും.
പിറ്റേ ദിവസം
സതീശൻ തന്നെയാവും
പൊലീസ്.
നമ്മളിങ്ങനെ എത്രയെത്ര
ഇടവഴികളിലൂടെയാ
മുതിർന്നു വന്നത്.
മുതിർന്ന്, മുതിർന്ന്
സതീശൻ കള്ളനും
ഞാൻ പൊലീസുമായി.
സതീശനെ
കോടതിയിൽനിന്നും
ജയിലിലേക്ക്
കൊണ്ടുപോകുമ്പോൾ
പടികൾ ഇറങ്ങുന്നിടത്ത്
പെരുങ്കള്ളാ
എന്ന് നീ കരഞ്ഞുനിന്നു.
നിന്റെ എളിയിലിരുന്ന്
സതീശന്റെ കുഞ്ഞ്
പഴംപൊരി കടിച്ചു തിന്നു.

ഓ വെറുതെയാ

ആകെ
അഴിഞ്ഞുലഞ്ഞ
രാത്രിയിലാ എന്നെ നീ
ആഞ്ഞുവീശുന്ന
കാറ്റിനൊപ്പം
പറഞ്ഞു വിട്ടത്.
പൊടുന്നനെ
പൊട്ടിവീണ മഴയിൽ
കാറ്റ്
നനഞ്ഞൊലിക്കുന്നുണ്ടായിരുന്നു.
കുടയില്ലാതെ,
ചെന്നുകയറാനൊരു
ഇടമില്ലാതെ
മറുത്തു പറയാനൊരു
വാക്കില്ലാതെ
കാറ്റിനൊപ്പം
ഞാനും നനഞ്ഞു
നീ ഉറങ്ങിയുണർന്ന
പകലിലേക്ക്
രാത്രിയിൽ ഇറക്കിവിട്ട
രതിമൂർച്ഛ
തിരിച്ചു വരുന്നുണ്ട്
ഒന്ന് കയറിയിരിക്കെന്ന്

74 വിശദമായ ചോദ്യം ചെയ്യൽ

സാദിർ തലപ്പുഴ

പറയണം.
തിരക്കാണെങ്കിലും
ഒരു കപ്പ്
നോട്ടം കൊടുക്കണം.
ഉടുപ്പെല്ലാം മാറ്റി
ഒന്ന് കളിച്ചിട്ടുവാ
എന്നെങ്കിലും...

ബാറടച്ച ദിവസം ഒരുവനും മറ്റൊരുവനും

സങ്കടപ്പെടേണ്ടെന്ന്
ഒരുവൻ
സങ്കടപ്പെട്ടുകൊണ്ട്
മൗനിയായി.
നെഞ്ച് പൊട്ടുന്നല്ലോ
എന്ന് ഒരുവൻ
മറ്റൊരുവനെ
നെഞ്ചോട് ചേർത്തു.
എന്നെയിവൻ
എപ്പോഴെങ്കിലും
ഇങ്ങനെ ചേർത്തുപിടിച്ചിട്ടുണ്ടോ
എന്ന്
അതിനിടയിലും
മറ്റൊരുവൻ
ഓർത്തുനോക്കി.
ട്രൈബലാപ്പീസിൽനിന്നും
പാസായ വീട്
മത്തായി കോൺട്രാക്ടർ
പാതിയിൽ
ഇട്ടുപോയപ്പോൾ പോലും
എന്റെ വിധി എന്ന്,
മരുന്നിന് പോലും
നിന്നെ പഴിച്ചിട്ടില്ലല്ലോ

76 വിശദമായ ചോദ്യം ചെയ്യൽ

സാദിർ തലപ്പുഴ

ദൈവമേ...
എന്ന്
മറ്റൊരുവൻ ഓർത്തു.
മനസ്സുകൊണ്ട് (മനസ്സിൽ)
ഒരുവൻ
അടഞ്ഞുകിടന്ന
ഗേറ്റ് തുറന്നു.
മനസ്സുകൊണ്ട് തന്നെ
മറ്റൊരുവനെ കൂട്ടി
അകത്ത് കയറി.
തിരക്കുകളെ,
മണങ്ങളെ,
ഗ്ലാസുകൾ കൂട്ടിപ്പിടിക്കുമ്പോഴുള്ള
ഒച്ചയെ,
ഗുളു ഗുളു നാദത്തെ,
സിഗരറ്റിന്റെ പുകയെ,
പൊട്ടിച്ചിരികളെ
വരച്ചു നോക്കി.
ഒഴിപ്പുകാരനോട്
ചിരപരിചിതനെപ്പോലെ
ചിരിച്ചു
പതിവ് പോലെ
വെള്ളം ഒഴിക്കാതെ
ഒരുവൻ ഒരു പൈന്റും
മറ്റൊരുവൻ
അരലിറ്ററും
അടിച്ചു
മനസ്സ്കൊണ്ട് (മനസ്സിൽ)
വാതിൽ തുറന്ന്
പുറത്തിറങ്ങി.
ഒരുവൻ
മറ്റൊരുവന്റെയും
മറ്റൊരുവൻ
ഒരുവന്റെയും
തന്തയ്ക്കും
തള്ളയ്ക്കും വിളിച്ച്
ആടിയാടി
പുരയിലേക്ക് പോയി.

പലായനം

സഹിക്കാൻ
പറ്റാതായപ്പോ
രാത്രിയുടെ മൊകത്ത് നോക്കി
കതകടച്ചു.
വല്യ പ്രതീക്ഷയിലാ
വെളിച്ചത്തെ അടുക്കി
പകലുണ്ടാക്കിയത്.
രാത്രിക്കും പകലിനും
ഇടയിലുള്ള വാതിലിന്
എന്ത് പേരിടുമെന്ന്
അപ്പോൾ
വെറുതെ ചിന്തിച്ചു
ഇവിടിപ്പം ഇങ്ങനാ
എന്നാ കേൾക്കുന്നത്.
ഇങ്ങനായാലെങ്ങനാ-
എന്ന്
കൊടികൾ ചോദിച്ചു
കാലമൊക്കെ പോയി.
അരിയെത്ര?
പയറഞ്ഞാഴി എന്ന്
അവകാശത്തെക്കുറിച്ചുള്ള
നടപ്പുരീതികൾ
സിലബസിൽ

വിശദമായ ചോദ്യം ചെയ്യൽ

സാദിർ തലപ്പുഴ

ഉൾക്കൊള്ളിച്ച
കാര്യമൊന്നും
അറിഞ്ഞില്ല അല്ലേ?
വെറുതെയല്ല
രാത്രിയും പകലും
ഉറക്കത്തിന്റെ
അവകാശത്തെ ചൊല്ലി
കുടുംബകോടതി
നെരങ്ങുന്നത്.
ഇവിടിപ്പം ഇങ്ങനാ
എന്ന് എനിക്ക് കേക്കണ്ടാ.
ഞാനേതായാലും
തീരുമാനിച്ചതാ.
കൂടും കൊടിയും
കിടക്കയുമായി
ശ്രീഹരിക്കോട്ടയിലെത്തണം
സാറേ സീറ്റില്ലേലും
വേണ്ടില്ല
നിന്നോളാം എന്ന്
പറഞ്ഞാ
സമ്മതിക്കുവായിരിക്കും
അല്ലേ?

ഉടമ്പടി

നീ മറന്നുവെച്ച
ഒരു വെടിയൊച്ചയുണ്ട്
എന്റെ നെഞ്ചിൽ.
ശരീരത്തിന്റെയും
മനസ്സിന്റെയും
അതിർത്തിയിൽ
ഞാനതിനെ
കാവൽ നിർത്തുന്നു.
വെടിയൊച്ച നിന്നുമടുത്ത
ഒരു പട്ടാളക്കാരനാവുന്നു.
യുദ്ധം എന്ന ധാരണയിൽ
മനസ്സും ശരീരവും
ആയുധങ്ങൾ
മിനുക്കുന്നു.
മനസ്സിന്റെ ആകാശത്തിൽ
ശരീരം ബോംബറുകൾ
പറത്തിവിടുന്നു
ഇരമ്പൽ കേട്ട്
മനസ്സിലുള്ളവരെല്ലാം
സുരക്ഷിതങ്ങളിലേക്ക്
ഓടിയൊളിക്കുന്നു.
കടലിളകിയ
കണ്ണുമായി

80 വിശദമായ ചോദ്യം ചെയ്യൽ

സാദിർ തലപ്പുഴ

നീ കുഞ്ഞുങ്ങളെ
തിരയുന്നു.
സമാധാനം
എന്നെഴുതി വെക്കുന്നു.
ഞാൻ ശരീരത്തിലേക്കുള്ള
വാതിൽ
അടയ്ക്കുന്നു.

ജനാലയും പെൺകുട്ടിയും

നിസ്സഹായതകൊണ്ട്
വരച്ചുണ്ടാക്കിയ
ഒരു ജനാല
തെരുവിലേക്ക്
നോക്കി നില്ക്കുകയായിരുന്നു.
അപ്പോൾ
അനേകം വളവുകളുള്ള
തെരുവ്
നടന്നു പോകുന്നു.
ജനാല നിന്നിരുന്ന
കെട്ടിടത്തിന്
മരണവീടിന്റെ മുഖച്ഛായ
ഉണ്ടായിരുന്നു.
വീടിന്റെ മേല്ക്കൂരയിലൂടെ
കീറിപ്പറിഞ്ഞ്
വെയിൽ
ഞാന്നു നില്പുണ്ടായിരുന്നു.
വീട്ടിൽ
അനക്കങ്ങൾ
വന്നു നിറയുന്നത്
ജനാല അറിഞ്ഞു.
ഓട്ടോറിക്ഷയിലും മറ്റും
വന്നവരിൽ ചിലർ

പൊട്ടാതെ
കൊണ്ടുവന്നതോ
അപ്പോൾ
നിർമ്മിച്ചെടുത്തതോ ആയ
കരച്ചിലിനെ
വീടിനകത്തെത്തിച്ച്
എറിഞ്ഞു
പൊട്ടിക്കുന്നുണ്ടായിരുന്നു.
അപ്പോഴൊക്കെയും
ജനാല തെരുവിലേക്ക്
നോക്കി നില്ക്കുകയാണ്.
വൈകുന്നേരമായപ്പോൾ
അവിടങ്ങളിലായി
ബീഡി വലിച്ചും മറ്റും
നിന്നിരുന്ന
അലസത
ഇടയ്ക്കിടെ
എല്ലാം കഴിഞ്ഞില്ലേ
എന്ന് ചോദിക്കുന്നുണ്ടായിരുന്നു.
പൊട്ടിച്ചിതറിയ
കരച്ചിലുകൾ പെറുക്കി
ചെറുചിരിയുമായി
ഓട്ടോറിക്ഷ
തിരിച്ചുപൊയ്ക്കഴിഞ്ഞിരുന്നു.
ആ സമയം വീട്ടിലെ
ഒരേയൊരു പെൺകുട്ടി
ജനാലയോടൊപ്പം
ചേർന്ന് നിന്ന്
തെരുവിനെ
നോക്കുകയായിരുന്നു.
തെരുവിന്
അനേകം
വളവുകളുണ്ടെന്ന്
ജനാലയെപ്പോലെ
പെൺകുട്ടിയും
തിരിച്ചറിയുന്നുണ്ടായിരുന്നു.

ഏറ്

എറിയുമ്പോൾ
കല്ലിനൊപ്പം
ചില കാര്യങ്ങളും
എറിയണം.
കാര്യമെന്തായാലും
ചേർത്തുവെക്കുന്നതിന്
പകരം
കല്ലിന്റെ
ചെവിയിൽ പറഞ്ഞുവിടുന്നതാ
നല്ലത്.
പറക്കലിനിടയിലെ
മൂളലിൽ മാത്രം
ശ്രദ്ധിക്കുമെന്നതിനാൽ
വഴിയിലാരോടും
എങ്ങോട്ടാണെന്നോ
എന്തിനാണെന്നോ
പറയാനിടയില്ല.
ചരിത്രത്തിലിടം നേടിയ
ഏറുകളൊന്നും
വെറും കല്ലുകളായിരുന്നില്ല.
അവയൊക്കെയും
സ്വാതന്ത്ര്യമെന്നോ
സമത്വമെന്നോ

84

വിശദമായ ചോദ്യം ചെയ്യൽ

സാദിർ തലപ്പുഴ

പ്രതിഷേധമെന്നോ
ആലേഖനം
ചെയ്യപ്പെട്ട്
ആഞ്ഞുപതിഞ്ഞ്
കിടക്കുന്നുണ്ടിപ്പോഴും.
അതുകൊണ്ട് സുഹൃത്തേ,
വെറുതെ
എറിഞ്ഞു നോക്കിയതാ
കൊള്ളുന്നെങ്കിൽ
കൊള്ളട്ടെ എന്ന്
ഇനി മേലിൽ
പറഞ്ഞു പോകരുത്.

രണ്ടിടത്തായി വിരിഞ്ഞ പൂക്കൾ

എന്നാ
വിരിഞ്ഞതെന്ന്
ചരിത്രത്തിൽ
രേഖപ്പെടുത്തിയിട്ടില്ല.
ആദ്യമേത്
രണ്ടാമതേത്
എന്നതിലും
തർക്കമുണ്ടായിരുന്നു.
രണ്ടിലും സുഗന്ധം
കടൽപോലെ
പരന്നു നിന്നു.

ഒന്ന്
ഇതളുകളുടെ
ഇറമ്പിൽ
മഴ കൊള്ളാതെ നിന്ന
ഉറുമ്പുകളെ
തേൻ സൂക്ഷിച്ചിരുന്ന
ചായ്പുകളിലേക്ക്
കൂട്ടിക്കൊണ്ടുപോയിരുന്നു.
വഴിപോക്കരോട്
ഉള്ളിലൊതുക്കിയ
നിറ (സങ്കട)ങ്ങളെക്കുറിച്ച്
ചിരിച്ചു പറഞ്ഞിരുന്നു.

വിശദമായ ചോദ്യം ചെയ്യൽ

സാദിർ തലപ്പുഴ

കാഴ്ചയിലേക്ക്
നിറഞ്ഞ പൂമ്പൊടിച്ചെപ്പ്
ഒട്ടിച്ചുവെച്ചിരുന്നു.
വെറുതെയെന്ന്
തോന്നിക്കുമെങ്കിലും
വിലമതിക്കാനാവാത്ത വിധം
തലയാട്ടിയിരുന്നു.

രണ്ടാമത്തെ പൂവ്
ഭംഗിയുള്ളതാണെന്ന്
പരക്കെ
സംസാരമുണ്ടായിരുന്നു.
ഓരോ ഇതളിലും
ഓരോ നിറങ്ങളെന്നറിഞ്ഞ്
കടൽകടന്ന് പോലും
പൂമ്പാറ്റകൾ വന്നിരുന്നു.
പൂത്തുമ്പികളുടെ
വെപ്പും തീനും കുടിയും
കുറച്ചധികം കാലം
ഈ പൂവിന്റെ പിന്നാമ്പുറത്തായിരുന്നു.
എന്തിനിങ്ങനെ ചിരിക്കുന്നു
എന്നാരെങ്കിലും ചോദിച്ചാൽ
ഒന്നുകൂടി വിരിഞ്ഞ് നിന്ന്
ഉത്തരമായിരുന്നു.
രണ്ടിടത്തായി വിരിഞ്ഞപൂക്കൾ
പരസ്പരം അറിഞ്ഞിരുന്നോ
എന്നാർക്കും അറിയില്ലായിരുന്നു.
എന്നാൽ
രണ്ടിടത്തായി വിരിഞ്ഞ പൂക്കളും
പൂക്കൾതന്നെ
എന്ന തോന്നൽ
കാണികളിൽ
ഉളവാക്കിയിരുന്നു.

പിന്നീടുണ്ടായ
നിരന്തര ചർച്ചയിൽനിന്നും
പൂക്കൾ കൊഴിഞ്ഞു പോവുകയും
പൂ നിന്നിരുന്നിടത്ത്
തോന്നൽ എന്ന കായ
ഉണ്ടാവുകയും ചെയ്തു.

അമ്മ മഴ

സ്റ്റേഷനിലേക്ക്
ഒരമ്മ ഫോൺ വിളിക്കുന്നു.
സ്റ്റേഷനിൽ
ഫോണെടുക്കുന്നു.
ആ അമ്മ
കരയുന്നു.
ഫോണിനും
കരച്ചിൽ വരുന്നു.
അമ്മയുടെ വീട്ടിലേക്ക്
പൊലീസുവണ്ടി പോകുന്നു.
ഒരു വീട്ടിൽ ഒരമ്മ
മുറിഞ്ഞ ചെവിയിൽ
ചോരയൊഴുക്കി
നില്ക്കുന്നു.
അരികിൽ പറിച്ചെടുത്ത
കമ്മലുമായി മകൻ
ആടിയാടി നില്ക്കുന്നു.
മകനെ
പൊലീസ് ജീപ്പിൽ
കയറ്റുന്നു.
അമ്മ ഓടിവന്ന്
തടയുന്നു.
അവനെ

88 വിശദമായ ചോദ്യം ചെയ്യൽ

സാദിർ തലപ്പുഴ

ഒന്നും ചെയ്യരുതെന്ന്
പറയുന്നു.
പാവമാണെന്നും
കൊണ്ടുപോകരുതെന്നും
കരയുന്നു.
മഴ പെയ്യുന്നു.

കുമാരേട്ടൻ

കുമാരേട്ടൻ വെളുപ്പിനേ
ചായപ്പീടിക തുറക്കും.
എല്ലാരും
പൂട്ടിക്കഴിഞ്ഞേ പൂട്ടൂ...
പരാതികൾ
സ്റ്റേഷനിലേക്ക്
വരും വഴി
കുമാരേട്ടന്റെ
ചായപ്പീടികയിൽ കയറും
കാലിച്ചായ പറഞ്ഞ്
ഫ്രീയായി പരാതികൾ
എഴുതിക്കൊടുക്കും
എന്ന വാചകത്തിന് താഴെ
ബെഞ്ചിലിരിക്കും.
ഊതിക്കുടിയിലെ
വ്യത്യസ്തതകളെ
ഇടങ്കണ്ണിട്ട് നോക്കും.
കരിനിറച്ച
സമോവർ തിളച്ച് മറിയും
കൈപ്പാട്ടയിൽ
പച്ചവെള്ളം മുക്കി
സമോവർ തണുപ്പിക്കും.
ചീനച്ചട്ടിയിൽ

സാദിർ തലപ്പുഴ

മത്സരിച്ചു പൊരിഞ്ഞ
ഉണ്ടമ്പൊരികളെ
ചില്ലലമാരയിലേക്ക്
മാറ്റിപ്പാർപ്പിക്കും.
ഹാവൂ എന്ന്
ഓരോ ഉണ്ടമ്പൊരിയും
ആശ്വസിക്കും
ഉണ്ടമ്പൊരി നിരത്തിയപോലെ
കുമാരേട്ടൻ
വാക്കുകളെ
വെള്ളക്കടലാസിൽ
നിരത്തും.
കുമാരൻ ഔട്ട്
എന്ന ബോർഡ് തൂക്കി
ഇറങ്ങി നടക്കും.
പരാതി
കുമാരേട്ടനൊപ്പം എത്താൻ
പാടുപെടും.
കരഞ്ഞുവന്ന പരാതി
ആശ്വസിച്ചും ചിരിച്ചും
തിരിച്ചുപോകും.

എല്ലാ ദിവസവും
കുമാരേട്ടൻ
വെളുപ്പിനേ
ചായപ്പീടിക തുറക്കും.

ഒരു ദിവസം കുമാരേട്ടൻ
ചായപ്പീടിക തുറന്നില്ല.
ഉച്ചയോടെ
സ്റ്റേഷനിലേക്ക് വന്നു.
തലേദിവസം ബാക്കിയായ
ഉണ്ടമ്പൊരിപോലെ
വരാന്തയിൽ നിന്നു.
ഹെന്റെ മോള് എന്ന്
ഒച്ചയില്ലാതെ കരഞ്ഞു.

ആധിക്കും ആന്തലിനും ഇടയിൽ നഗരം

നഗരം
യഥാർത്ഥത്തിൽ
വെറുതെ
ഇരിക്കുകയല്ല.
മറവിരോഗം ബാധിച്ച
സിഗ്നൽ വെളിച്ചങ്ങളെ
എന്ത് പറഞ്ഞാശ്വസിപ്പിക്കണം
എന്ന്
ഓർക്കുകയാവും
റോഡ് മുറിച്ചു കടക്കുന്ന
വേവലാതികളുടെ
കൈ പിടിക്കുകയാവും.
സ്റ്റാന്റിൽനിന്നും
പുറത്തേക്കിറങ്ങുന്ന
ബസിലേക്ക്
ചാടിക്കയറിയ
പ്രണയത്തെ
കൈ വീശിക്കാണിക്കാൻ
പാകത്തിൽ
ഇരുത്തുകയാവും.
നെഞ്ച് തുളച്ച്
വാരിയെല്ലിൽ
കൊരുത്തുപോയ

നോട്ടങ്ങളെ
കുടഞ്ഞെറിയാൻ
പെൺകുട്ടികളെ
സഹായിക്കുകയാവും.
വെയിൽ
എന്ന് പേരായ
ലിമിറ്റഡ് സ്റ്റോപ്പിനെ
തണൽ
എന്ന് പേരായ
സൂപ്പർഫാസ്റ്റ്
മറികടക്കുന്നത് കാണുകയാവും.
ജെന്റ്സ് ടോയ്‌ലറ്റിലെ
സൂക്ഷിപ്പുകാരനെ
ലേഡീസ് ടോയ്‌ലറ്റിലെ
സൂക്ഷിപ്പുകാരി
അസൂയയോടെ
നോക്കുന്നത്
എന്തിനായിരിക്കും
എന്ന്
ചിന്തിക്കുകയാവും.
നാവിൽ
ഓടി മടുത്ത വാക്കുകൾ
കാതിൽ വിശ്രമിക്കുന്നത്
കാണുകയാവും.

ഒരു നഗരം
കേട്ടുകേൾവിയിലുള്ള
മറ്റൊരു നഗരത്തെക്കുറിച്ചും
ഇങ്ങനെയാവും
ഓർക്കുന്നുണ്ടാവുക.

എന്നാൽ
കർഫ്യൂ
എന്ന് പേരായ നഗരം
മറ്റൊരു
നഗരത്തെക്കുറിച്ച്
എന്തായിരിക്കും
ഓർക്കുക.

മടുപ്പ് എന്ന് പേരായ പകൽ

മടുപ്പ്
എന്ന
പകലിൽ ഇരുന്ന്
തലേദിവസത്തെ രാത്രിയെ
ഓർക്കുന്നു.
അരികും മൂലയും
ഓർമ്മയിൽ തെളിയുന്നു.
റോഡിൽ
വാഹനമിടിച്ചു കിടന്നിരുന്ന
തണുപ്പിനെ ഓർമ്മ വരുന്നു.
എന്താണ് സംഭവിച്ചതെന്ന്
ഇരുട്ടിനോട് ചോദിക്കുമ്പോൾ
ഇരുട്ട് ഒന്നും മിണ്ടാതെ
കണ്ണടച്ച് നില്ക്കുന്നു.
തണുപ്പിനെ വാരിയെടുത്ത്
കാറ്റിനെക്കൂട്ടി
ആശുപത്രിയിലേക്ക് പോകുന്നു.
തിരക്ക്, വെളിച്ചം, ഉത്സാഹം
എന്നിവരൊക്കെ തണുപ്പിനെ
പരിചരിക്കുന്നു.
ആശ്വസിപ്പിച്ച് ചൂടിനെ
കൂട്ടിരുത്തി വീട്ടിലേക്ക്
പോകുന്നു.

94

വിശദമായ ചോദ്യം ചെയ്യൽ

സാദിർ തലപ്പുഴ

വീട്ടിൽ
മടുപ്പ് എന്ന പകലിൽ
ഇരുന്ന്
തലേദിവസത്തെ രാത്രിയെ
ഓർക്കുമ്പോൾ
വീണ്ടും
രാത്രി
ആലസ്യത്തോടെ
വരുന്നു.
ആലസ്യം എന്ന വാക്ക്
രാത്രിയോടൊപ്പം
കവിതയിൽ ചേർത്തതിന്
രാത്രി
മുഖം വീർപ്പിക്കുന്നു.

മാപിനി

വരിയുടയ്ക്കപ്പെട്ടവരേ...
വരൂ... വരൂ
വരി വരിയായി നില്ക്കൂ
നില്ക്കൂ...
ശ്രദ്ധിക്കൂ...
അറ്റൻഷൻ
എന്ന് പറയുമ്പോൾ
ഇരുകൈകളിലെ
ചൂണ്ടുവിരൽ അടക്കി
ശരീരത്തോട് ചേർത്തുവയ്ക്കണം

ദേശീയവായു
അകത്തേക്കെടുക്കണം.
നെഞ്ച്
അറബിക്കടൽ മുതൽ
ബംഗാൾ ഉൾക്കടൽവരെയും
വിരിക്കണം
തല
ഹിമാലയംവരെ ഉയർത്തണം
മിണ്ടാനെന്ന് ധരിച്ചേക്കരുത്
വായ തുറക്കണം.
തരുന്ന ദേശസ്നേഹ മാപിനി
നാവിടയിൽ വയ്ക്കണം

96 വിശദമായ ചോദ്യം ചെയ്യൽ

സാദിർ തലപ്പുഴ

കുറഞ്ഞുപോകുമെന്ന്
പേടി തോന്നുന്നുവെങ്കിൽ
ദേശീയപക്ഷി
ദേശീയ പൂവ്
ദേശീയ വസ്ത്രം
ദേശീയ ആഭരണം
അങ്ങനെ സർവ്വ
ദേശീയ ചുക്ക് ചുണ്ണാമ്പും
മനനം ചെയ്ത്
ഉയർത്തണം.

ഒടുക്കം
ദേശസ്നേഹി ഗാനം
തീരും വരേക്കും
നിശ്ശബ്ദതയുടെ പതാക
ചുണ്ടിൽ കുത്തിനിർത്തിയേക്കണം.

9 789387 842267

Printed by Libri Plureos GmbH in Hamburg, Germany